多彩
—
刘帅

少女

|

丹尼斯·H·穆旺肖珂(Dennis H. Mwansoko)

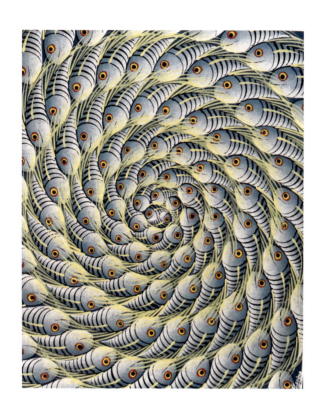

鱼

丹尼斯・H・穆旺肖珂（Dennis H. Mwansoko）

鸟

|

玛丽·姆旺查（Marry Mwacha）

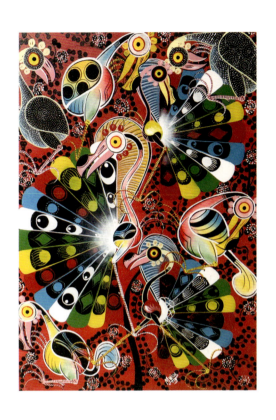

孔雀

|

威廉·姆塞迪（William Mseti）

归

|

丹尼斯·H·穆旺肖珂(Dennis H. Mwansoko)

乞力马扎罗山

丹尼斯·H·穆旺肖珂(Dennis H. Mwansoko)

途

马格雷斯·弗兰克(Magreth Frank)

法
|
丹尼斯·H·穆旺肖珂(Dennis H. Mwansoko)

源

丹尼斯·H·穆旺肖珂（Dennis H. Mwansoko）

家
|
哈萨尼·阿卜杜勒（Hasani Abdul）

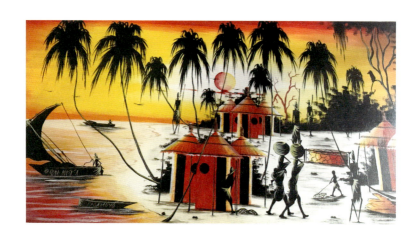

海滨

丹尼斯·H·穆旺肖珂（Dennis H. Mwansoko）

马赛人
|
加齐里奈·恩贡沃（Jaqiline Ngowo）

根

丹尼斯·H·穆旺肖珂(Dennis H. Mwansoko)

友

|

丹尼斯·H·穆旺肖珂（Dennis H. Mwansoko）

聆听
|
哈萨尼·阿卜杜勒（Hasani Abdul）

夏班·罗伯特
诗歌选集

Mashairi ya
Shaaban Robert

[坦桑尼亚] 夏班·罗伯特
（Shaaban Robert）
—— 著 ——

骆元媛　吴震环
—— 译 ——

华东师范大学出版社
上海

华东师范大学出版社六点分社　策划

本书系国家社会科学基金项目"英国殖民时期非洲豪萨语和斯瓦希里语本土文学嬗变研究（1900—1960）"（16BWW085）、北京外国语大学青年创新团队项目"非洲文学批评研究"（2019JT002）的阶段性研究成果。

你们都听说过"非洲个性"(African Personality),听说过非洲民主、非洲特色社会主义,以及"黑人性"运动等。这些都是我们在不同时期创造出的支柱,帮助我们重新站立起来。而一旦我们站了起来,就不再需要这些支柱了。

——钦努阿·阿契贝(Chinua Achebe)
《作为教师的小说家》

总主编

李安山

国际顾问委员会

Ibrahim Abdullah
多伦多大学历史学博士,塞拉利昂大学弗拉湾学院历史系教授

Olutayo C. Adesina
尼日利亚伊巴丹大学历史系主任,《非洲评论》(African Review)主编

Fantu Cheru
埃塞俄比亚巴赫达尔大学教授,北欧非洲研究中心主任

Bouchra Sida Hida
摩洛哥拉巴特社会科学研究中心高级研究员,非洲社会科学研究发展理事会研究项目官员

Augustin Holl(高畅)
喀麦隆学者,厦门大学特聘教授,原巴黎十大副校长,联合国教科文组织《非洲通史》9-11卷国际科学委员会主席

Martin Klein
多伦多大学历史系教授,前美国非洲研究学会会长

林毅夫(Justin Yifu Lin)
北京大学国家发展研究院教授、名誉院长,北京大学新南南合作与发展学院院长

Mahmood Mamdani
乌干达马凯雷雷大学社会研究中心主任,哥伦比亚大学国际和公共事务学院教授

Femi Osofisan
尼日利亚伊巴丹大学戏剧系教授,戏剧家,2015年获泛非作家协会荣誉奖,2016年获国际戏剧评论协会塔利亚奖

Kwesi Kwaa Prah
加纳第一代政治学家,南非非洲高级研究所主任

Issa Shivji
坦桑尼亚科技委员会尼雷尔资源中心主任,曾任教于坦桑尼亚达累斯萨拉姆大学

Olabiyi Babalola Joseph Yai
非洲语言文学学者,曾任联合国教科文组织执行委员会主席、贝宁驻联合国教科文组织大使

编委会(按姓氏笔画排序)

毕健康
刘少楠
刘伟才
刘海方
许 亮
孙晓萌
李洪峰
邱 昱
汪 琳
张 瑾
陈 亮
赵 俊
施美均
姚 峰
袁 丁
倪为国
徐微洁
蒋 晖
程 莹
廉超群
潘华琼

总　序

学问之兴盛，实赖于时势与时运。势者，国家与人类之前途；运者，发展与和平之机缘。中非关系之快速发展促使国人认识非洲、理解非洲、研究非洲。

非洲乃人类起源地（之一），非洲文明形态使人类文明极大丰富。古罗马史家老普林尼（Gaius Plinius Secundus）有言："非洲总是不断有新鲜事物产生"，此种"新鲜事物"缘自非洲人之"自我创造活动"（Ki-Zerbo语）。全球化再次使非洲为热土，非洲智者提醒："千万别试图告诉非洲人到底哪里出了问题，或他们该如何'治好'自己。如果你非要'提供救赎'，那么抑制你内心的这种渴望"。"非洲人不是坐在那列以我们的世界观为终极目的的列车上。如果你试图告诉他们，他们如何成为我们，千万别。"（Kaguro Macharia语）

此提醒，预设了国人研究非洲必备的"问题意识"；此提醒，不仅因国人对非洲的知识仍然贫乏，更促使吾辈须知何为中非文明互鉴之基础。

中国学界不仅须理解伊本·赫勒敦（Ibn Khaldun）之卓识远见，谢克·安塔·迪奥普（Cheikh Anta Diop）之渊博学识，马姆达尼（Mahmood Mamdani）之睿智论证和马兹鲁伊（Ali Mazrui）之犀利观点；更须意识到非洲之人文社会科学在殖民统治时期受人压制而不见经传，如今已在世界学术之林享有一尊。吾辈须持国际视野、非洲情怀和中国立场，苦其心志，着力非洲历史文化与社会经济诸方面之基础研究。

"六点非洲系列"之旨趣:既要认知西方人心目中之非洲,更要熟悉非洲人心目中之非洲,进而建构中国人心目中之非洲。本书系关涉非洲历史、社会、政治、经济、文化、文学……力图为非洲研究提供一种思路。惟如此,吾辈才有可能提供一套有别于西方的非洲知识之谱系,展现构建人类命运共同体伟大实践之尝试。此举得非洲大方之家襄助,幸甚。

"人之患在好为人师。"(孟子语)"各美其美,美人之美,美美与共,天下大同。"(费孝通语)此乃吾辈研究非洲之起点,亦为中非文明互鉴之要义。

是为序。

李安山 2019 年 11 月 11 日
于京西博雅西苑

目 录

前言 ········ 1

1. MATUKANO　　言语 ········ 2
2. KAZI　　劝业 ········ 4
3. HAKI　　正义 ········ 6
4. RAFIKI　　挚友 ········ 8
5. MAONGOZI　　修身 ········ 10
6. TANGANYIKA　　坦噶尼喀 ········ 12
7. KIU YA SAFARI　　前行 ········ 16
8. UTUKUFU　　尊爱 ········ 18
9. MADOGO　　防微杜渐 ········ 20
10. AFYA　　安康 ········ 22
11. ADABU　　礼貌 ········ 24
12. MAOVU　　罪恶 ········ 26
13. TAKIRIMA　　恩泽 ········ 28
14. JUA　　烈日 ········ 30
15. ALLAH　　万能之主 ········ 32
16. NAANZA　　天籁之音 ········ 34
17. KUIMBA　　放歌 ········ 36
18. TWAWEZA　　自强 ········ 38
19. PORI LA MBOGO　　沃野 ········ 40
20. KILEMA　　旦夕祸福 ········ 42

21. MUNGU　　神佑……… 44

22. CHURA　　蟾蜍……… 46

23. KILEO CHA DUNIA　　迷醉……… 48

24. HUJIZUZUA　　骄矜……… 50

25. MAMA WEMA　　调教……… 52

26. NAOMBA　　祈福……… 54

27. UTII　　恭顺……… 56

28. MKWAWA　　英雄姆克瓦瓦……… 58

29. ANAPOTUBU　　知悔……… 62

30. MAAGANO　　惜别……… 64

31. KILEO BORA　　良醇……… 66

32. UTENZI WA HATI　　教诲诗……… 68

33. UBORA WETU　　品质……… 118

34. MTU NA MALAIKA　　凡人与天使……… 120

35. MWANGI　　万千世界……… 124

36. CHEKA KWA FURAHA　　笑面人生……… 126

前　言

进入新世纪，随着中非合作论坛的启动和"一带一路"倡议的提出，中非关系不断深化，各领域交往日益密切。"国之交，在于民相亲；民相亲，在于心相通。"人文领域的交流合作，有助于融洽双边关系，为其他领域的合作建立民意基础。

文学是文化的重要组成部分，是社会生活的明镜。品读和研究非洲的文学名著，是打开认知非洲文化宝库的钥匙。东非是人类的发源地，班图人于公元一世纪左右迁徙到这里。而后的数个世纪，阿拉伯人和波斯人借印度洋季风，驾船来到东非沿岸，经商、定居，班图文化与外来文化融合，逐渐形成斯瓦希里文化。而以班图语为基础，含有大量阿拉伯语借词的语言，斯瓦希里语也在亚非文明的交流中形成和传播。

早期的斯瓦希里语没有文字，口头文学发挥着传承历史、教诲礼仪、明辨哲思的作用。被尊为"智者"的口头文学传承人，在社会中享有很高地位。黄昏时分，孩子们聚集在树下聆听"智者"娓娓而谈，是非洲传统社会的经典画面。古典诗是斯瓦希里语口头文学的主要分支，讲求格律，节奏分明，在斯瓦希里社会口耳相传，广泛吟颂。

斯瓦希里语文字经历了阿拉伯字母书写和拉丁字母书写的两个阶段，书面文学的发展也不断成熟，体裁更加丰富，写作技巧更加灵活。但诗歌仍然在书面文学中占有重要的地位，古典诗书面化，新诗逐渐出现。

英国殖民统治时期，在东非实行间接统治，培养了一批本土精英，原本改写文字和开展教育的目的出于推行"文化霸权"，扶植殖民代理人，然而接触民主进步思想的知识分子，却以语言为武器，创作了大量唤醒民众意识的文学作品。夏班·罗伯特就是在这一时期辗转任职于政府多个部门，而坚持反帝反殖的作家。

夏班·罗伯特（Shaaban Robert，1909.1.1—1962.6.20），坦桑尼亚著名作家、文学评论家，一生创作二十余部作品，包括诗歌、散文、小说和寓言等。代表作有《信实国》《想象国》《农民乌土波拉》《独立战争史诗》《诗歌艺术》等。他享有"斯瓦希里语桂冠诗人"、"东非的莎士比亚"等美誉，曾获玛格丽特·朗纪念奖，并被授予英国皇家成员勋章。

目前，国内对于夏班·罗伯特的作品译介有限，仅有小说和寓言的几部译本，尚没有诗集译本。为满足国内读者希望了解非洲文学的迫切愿望和需求，促进文明的交流互鉴，我们精选了这位东非文学巨匠的 36 篇最脍炙人口且最能代表其艺术风格的作品，收集成册作为《夏班·罗伯特诗歌选集》付梓出版。作品从体裁上涵盖了古典诗和新诗，内容上涉及求知、仁爱、财富、健康、爱国等主题，力求较全面地展现夏班·罗伯特诗歌的创作特点和深刻内涵。

本书为中斯对照译本，配有录音和非洲本土画家创作的插图，希望使广大读者真切地感受到非洲艺术的魅力；使斯瓦希里语或汉语学习者准确地对照体会文学经典的语言运用和翻译策略。

本书的编译是团队匠心和智慧的结晶，字斟句酌，精益求精。在这里，我们要感谢孙晓萌教授、穆旺肖珂教授（PROF. MWANSOKO）、侯平老师、约翰（JOHN A. MKHOMOI）和马东（MARTIN F. ITANGAJA）先生给予的指导；感谢天津外国语大学斯瓦希里语专业李思聪、王璨君、李俊梅、何应涛、杨熙、刘珍、刘谋、吕林潇、张孟宇等同学在资料整理和翻译中付出的努力；感谢丹尼斯（DENNIS. H. MWANSOKO）、玛丽（MARRY MWACHA）、威廉（WILLIAM MSETI）、马格雷斯（MAGRETH FRANK）、哈萨尼（Hasani Abdul）、加齐里奈（JAQILINE NGOWO）等坦桑尼亚艺术家和天津外国语大学刘帅老师为本书插画；感谢游雨嫣和马蒙（MAKAME）为本书录音。

鉴于编译者水平，书中难免有疏漏之处，还望各位专家、读者包涵指正。

骆元媛　吴震环
2019 年 4 月 20 日

1. MATUKANO

Msemo wa matukano haufutwi na ibada,

Huvuruga mapatano, kinyume cha kawaida;

Ni aibu kubwa mno, tusi halina faida.

言 语

尚德崇礼,公序良俗;
污言秽语,自取其辱;
叨扰和谐,恶习摒除。

2. KAZI

Mtu asiyejituma, mwenyewe na kwa ujira,
Hapati zawadi njema, mjinga hana busara;
Siku zote huwa nyuma, na wenziwe wa humbera,
Milele hana tijara mlegevu wa huduma.

劝 业

苟且庸人,怠惰成疾;
碌碌无得,愚昧至极;
自甘堕落,亲友疏离;
消极懒散,于世无益。

3. HAKI

Haki ni jambo aula, walimwengu kutumia,
Haki dawa ya madhila, nuru katika dunia,
Na pindi ikitawala, udhalimu hukimbia.

正 义

正义之光,众人皆享;
惩恶扬善,治本良方;
普照大地,乱象皆亡。

4. RAFIKI

Mpende rafiki yako, itika aliko lake,
Kama hawezi mwenzako, kamzuru hali yake;
Siku yake ya mauko, fuata jeneza lake,
Na mfanye kama wako, aliyekuwa ni wake.

挚 友

有求必应,不辞劳辛;
嘘寒问暖,惜爱知音;
患难与共,动容在心;
莫逆之交,挚友至亲。

5. MAONGOZI

Heri kuwa peke yako, kuliko na kundi baya,
Kundi la maharibiko, na la utovu wa haya;
Heri kuwa na wenzako, kama wema wa tabia,
Na wema wa matamko, na wa salihi wa nia;
Tena heri kimya chako, kuliko sauti mbaya,
Ya shari na machafuko, na uchache wa murua.

修 身

沆瀣一气,不如独处;
恶贯满盈,罄竹难书;
择善而交,遵从礼数;
谨言慎行,自律淳朴;
沉默是金,切莫粗鲁;
口无遮拦,积毁销骨。

6. TANGANYIKA

Mjinga ulimi wangu kwa lafidhi fasihia,
Na ikupendeze Mungu Tanganyika kuokoa;
Takabali dua langu, huombwi ukazuia!
Ni Bwana wa ulimwengu na ulitakalo huwa.

Maskini beti zangu kwa kusema maridhawa,
Tanganyika nchi yangu hunena nikarejea;
Sababu wajibu wangu heshima kukutendea,
Hata huu moyo wangu ushindwe na kupumua.

Tanganyika moyo wangu japo duni sina ngoa.
Kama duni haki yangu badala siwezi twaa-
Sitwai dharau yangu kuwa pambo la kuvaa,
Nisipotoshwa na changu sitatoshwa na dunia.

Naheshimu nchi yangukwa hali niliyopewa,
Na Mola Muumba mbingu, rohona nuru ya jua.
Ardhi ya nchi yangu madinina joharia,
Na hewaye sawa kwangu manukato waridia.

Tanganyika ari yangu na matumaini pia,

坦噶尼喀

恕我愚钝，才疏口拙；
盛赞神明，庇佑祖国；
坦噶尼喀，幅员辽阔；
虔心祷告，恩泽祥和。

恕我浅薄，吟诗朴素；
故土召唤，义无反顾；
投身建设，不辞劳苦；
责无旁贷，粉身碎骨。

坦噶尼喀，温馨家园；
出身贫寒，志存高远；
精忠报国，淡泊平凡；
知足常乐，贪欲无边。

坦噶尼喀，我心所属；
阳光普照，万物复苏；
沃野万里，矿产丰富；
天朗气清，瑰香蝶舞。

坦噶尼喀，希望港湾；

Wewe ni kiota changu siku ya giza na mvua,

Na dhoruba na mawingu na msongano wa hewa,

Siku ya sadaka yangu tayari kujitolea.

指引航程，迷途知返；

狂风暴雨，护佑平安；

为国捐躯，死而无憾。

7. KIU YA SAFARI

Safari kiu yangu,
Haizimiki kwa maji,
Kuzuru ulimwengu,
Kila mahali kuhiji.

Kuzuru ulimwengu,
Nina makubwa mapenzi,
Nyota ni dira yangu,
Jua pamoja na Mwezi.

Kwenda ashiki yangu,
Kusafiri sina budi,
Kwa heri tula wangu!
Safari ndiyo mradi.

Kwa heri nenda zangu,
Safari haina budi,
Hwenda harudi kwangu,
Ila kwenda sina budi!

前 行

周游世界,不灭心火;
湖光山色,天高海阔。

心系苍生,胸怀祖国;
日月为伴,星辰闪烁。

前路遥遥,心坚志高;
话别昔日,行时已到。

人在旅途,只争夕朝;
不堕过往,阔步奔跑。

8. UTUKUFU

Johari bora mapenzi
kuliko maisha yetu,
Na utukufu azizi
kuliko hazina zetu.

尊 爱

生命可贵,情价更高;
仁义礼信,堪比瑰宝。

9. MADOGO

Gome huliziba gogo
Mti humea kwa chane,
Madogo yana vurugo
Watu wasitambuane.

防微杜渐

树衣虽薄,可护根蒂;
枝杈虽弱,可繁葱密;
琐事虽微,可致嫌隙。

10. AFYA

Afya ni kitu azizi, twaomba tuipate,

Tupe afya Mwenyezi, tueneze sisi sote,

Na nguvu ya pumzi, mioyo yetu itwete,

Tunasifu kuwa enzi, yako hushinda zote.

安　康

寿福康宁，如珍似宝；
神明在上，虔诚祷告；
垂佑众生，岁月静好；
体健身强，志存远高。

11. ADABU

Adabu dhahabu,
Johari ya moyo,
Na mstaarabu,
Bora kuwa nayo.
Mbele ya aibu,
Adabuni ngao.

Adabu wajibu,
Mtu kuwa nayo.
Ina usahibu,
Heshima na cheo.
Huwa mahabubu,
Mtu kama huyo.

Adabu thawabu,
Hufanyiwi mwao.
Mwao huharibu,
Aliye na cheo,
Na hii aibu,
Jitanibu nayo.

礼 貌

礼貌是金,
珍藏于心,
君子智信,
仁义胸襟,
坚固如盾,
耻辱不侵。

崇礼尚德,
人生准则,
守职敬恪,
荣望可得,
谦卑亲和,
众人认可。

善行有报,
远离烦恼,
权贵位高,
诸事纷扰,
恒训常道,
自省戒躁。

12. MAOVU

Maovu kuvumilia,
Daima ni kazi yangu,
Mengi nikiyasikia,
Usikiri moyo wangu,
Machoni meshuhudia,
Saburi hifadhi yangu,

Ulotenda si mazuri,
Sijui makosa yangu,
Wanionyesha dhahiri,
Kunizidisha machungu,
Kila mwenye kusaburi,
Huwa pamoja na Mungu.

罪 恶

污言贯耳,恶行满目;
隐忍克制,内心愤怒;
出淤不染,良知所促。

作恶多端,难得宽恕;
深恶痛绝,坚守正途;
吾心向善,必得神护。

13. TAKIRIMA

Rabi wape takirima

Wasiudhike wapenzi,

Wafunike kwa rehema

Wakaapo wapendezi,

Wafurahike daima

Watakalo watengezi.

Wafurahie neema

Walale waote njozi,

Njozi zao ziwe njema

Wachini wapande ngazi,

Mapenzi yana heshima

Bora kuliko ya enzi.

Mapenzi ni taadhima

Nimeona waziwazi,

Hasa kwa wenye hekima

Na walio watambuzi,

Wape mapenzi adhama

Yasiwe ya upuuzi.

恩 泽

造物之主,万能博爱;
生活之所,荣恩覆盖;
祈祷之愿,福至运来。

家和事兴,满堂儿孙;
眠安梦美,平步青云;
互敬互爱,祥瑞和顺。

世间真情,贵在尊重;
仰老敬贤,诚意由衷;
言语得体,礼貌谦恭。

14. JUA

Jua lachoma utosi, launguza mashambani.
Ni wajinga tena visi, hukumu hii ya nani?
Tueni zenu nafsi, mjitie fikirani.

Mchunguze haya basi. Ayafanyaye ni nani?
Muumba ndiye halisi, mtenda wa kila fani.
Acheni hawa nafsi, kwa njaa zenu tumboni.

烈 日

烈日灼烧，干涸贫瘠；
扪心自问，灾祸缘起？
自省勿躁，此乃天意。

万能神明，世间主宰；
行善积德，行恶遭灾；
劝君勿取，不义之财。

15. ALLAH

Sasa nahimidi Allah,
Mmoja aliye pweke,
Mmoja asiyeila,
Wala mshirika wake,
Mwenyezi kila mahala,
Imejaa enzi yake,
Roho yangu halahala,
Mtii simtoroke.

万能之主

高声盛赞,虔祷诚祈;
万物主宰,至高唯一;
无所不知,尽收眼底;
善恶必报,威严无比。

16. NAANZA

Kuimba sasa naanza,
Karama njema nijie,
Sauti ya kupendeza,
Naomba pia nipewe,
Ivute kusikiliza,
Na hewani ielee,
Iwe inatumbuiza,
Hata mbinguni ipae.

天籁之音

引吭高歌,赐吾贤能;
余音袅袅,燕语莺声;
宛如天籁,悠扬随风;
遏云绕梁,倾醉众生。

17. KUIMBA

Yatupasa kuimbato,

Kuimba kunapendeza,

Kunapendeza watoto,

Na wazee hupumbaza,

Wimbo dawa ya fukuto,

Mioyo huiliwaza,

Hutuliza na majuto,

Kama dawa ya kupoza.

放　歌

纵情放歌，自在逍遥；
老少皆宜，吟唱之妙；
气定神闲，淡忘烦扰；
遗恨消融，慰心良药。

18. TWAWEZA

Twaweza sasa kuimba,
Kazi yetu imekwisha.
Tena tuombe Muumba,
Atuzidishe Maisha,
Azidina kutupamba,
Kwa afya na kwa tamasha.
Atupe moyo wa simba,
Tushinde yanayotisha.

自　强

劳作之余，欢歌惬意；
延年益寿，福佑诚祈；
百病不侵，风发意气；
威猛如狮，所向披靡。

19. PORI LA MBOGO

Hakika kwamba hadhari,
Ndiyo roho ya hekima.
Yameenea mapori,
Ya rutuba na neema.
Pori la mbogo hatari,
Mwendaje mkalilima?
Inameni mfikiri,
Msaili wakulima!

沃　野

处世之道，审慎抉择；
一派祥和，广袤沃野。
暗藏危机，水牛凶恶；
农耕劳作，提防不测。

20. KILEMA

Acha kilema kuiga

Kila mtu na mwendowe.

Ajali inapopiga,

Mwenzio mhurumie.

Mtu hawezi jikaga,

Na hilo asifikiwe.

Kuja bila ya kiaga,

Msiba desturiye.

旦夕祸福

切勿模仿,跛脚残障;
予以同情,灾祸之伤;
天有不测,猝不及防;
旦夕祸福,人生无常。

21. MUNGU

Sifazo Mungu hazishi,
Una sifa nyingi sana.
Tupe maisha tuishi,
Tuepushe na laana;
Hatupendi fawaishi,
Wajua nguvu hatuna.
Kama akitushawishi,
Shetani mpinge Bwana.

神 佑

歌颂吾主,圣明无疆;
赐予福寿,祛除灾荒;
不求骄奢,唯愿安康;
邪念若侵,神护恶亡。

22. CHURA

Chura, nataka kujua,
Furahayo kitu gani?
Kila inyapo mvua,
Wachekelea ziwani.
Huna nguo ya kufua,
Na tena huna sabuni,
Na mtungi huna pia,
Maji utayafanyani?

蟾　蜍

天降骤雨，蟾蜍嬉游；
令人费解，何乐之有？
无衣蔽体，无皂去垢；
穷困潦倒，敢问愚否？

23. KILEO CHA DUNIA

Nguvu ni kitu kinono

Mapokeo nimepewa;

Kama akitaka neno,

Mnguvu mpishe njia.

Jambo hili kwa mfano,

Nimepata shuhudia.

Nguvu ina majivuno,

Ni kileo cha dunia.

迷 醉

位高权重,世人皆谋;
若求良言,莫与相斗;
耳闻目睹,痛心疾首;
仕途迷醉,刀俎鱼肉。

24. HUJIZUZUA

Mjinga hujizuzua,
Akifanywa kuwa bora,
Na sasa ameingia,
Kucheza na watu kura,
Hafahamu kuwa haya,
Yatamtia hasara.
Ujinga ni giza ghaya,
Wengi unawasumbua.

骄 矜

愚者骄衿,不凡自命;
参与议事,得意忘形;
执迷不悟,祸事早定;
天昏地暗,蒙昧不宁。

25. MAMA WEMA

Asofunzwa na mamaye,

Hufunzwa na ulimwengu,

Na ulimwengu wenyewe,

Mafundishoye machungu,

Huliza watu mayowe,

Wengine hufungwa pingu,

Mama wema waenee,

Tuuweze ulimwengu.

调 教

冥顽不化，世人来调；
四处碰壁，苦痛哀号；
锒铛入狱，悔恨懊恼；
规矩方圆，始于家教。

26. NAOMBA

Naomba heri upewe,
Shari si kitu kitamu,
Naomba uzidishiwe,
Furaha na ukarimu
Mungu akufungulie,
Maarifa na elimu
Kupanda usikawie
Katika cheo udumu.

祈　福

诚祈福祉，祛除罪恶；
与人为善，平乐安和；
神明庇佑，智慧可得；
步步高升，建功立业。

27. UTII

Kutotii kunafuja,
Sana katika dunia,
Watu kumi kwa mmoja,
Kutii wasiojua,
Hushindwa dharuba moja,
Aibu kubwa ikawa.

Una faida na tija,
Utii chini ya jua.

恭 顺

忤逆致乱,安泰皆无;
害群之马,不计其数;
经风历雨,自取其辱;
沐浴阳光,恭顺得福。

28. MKWAWA

Ilikuwa ni usiku kabla kupambazuka,
Wa kule haoni huku giza bado kutoweka,
Kabla kulia kukuna umande umeshuka,
Alipoipata siku Mkwawa ya kutukuka.

Na kware alipolia Wadachi wame'sha fika,
Mjini wameingiana wao wamezungukwa,
Kutoka hawana njia moja iliyofunguka,
Mkwawa hakukawia mapigano kuyashika.

Kwa sime na kwa mikuki na ngao walizoshika,
Kama simba kwa hamaki Wahehe walivyoruka,
Wadachi wakahiliki wasipate pa kutoka,
Kwisha kwa kitendo hiki Mkwawa akaanguka.

Ya zamani yakomile yamebaki kukumbuka,
Ni mapito yapitile zamani yamefanyika,
Na tokea siku ile Mkwawa anatajika,
Katika watu wa kale ambao ni watukuka.

Maisha hatuhesabu kwa karne na miaka,

英雄姆克瓦瓦

破晓未至,黎明之前;
黑暗笼罩,长夜无边;
雄鸡未啼,雾气弥漫;
姆克瓦瓦,英勇果敢。

声声鸟啼,岌岌可危;
德军攻城,重兵包围;
水泄不通,插翅难飞;
姆克瓦瓦,坚守堡垒。

手持盾牌,挥舞长矛;
赫赫族人,如狮吼跳;
强敌对抗,无路可逃;
姆克瓦瓦,不屈不挠。

丰功伟绩,名垂千古;
回首历史,前人铺路;
缅怀英雄,卓绝艰苦;
姆克瓦瓦,铮铮铁骨;

生之可贵,不在寿长;

Ya matendo ya wajibu sekunde au dakika,

Yanayoacha ajabu kwa watu kuikumbuka,

Ndiyo maisha thawabu na yanayohesabika.

只争朝夕,责任担当;
建功立业,百世流芳;
为国为民,壮烈荣光。

29. ANAPOTUBU

Majiwe huwa dhahabu,
Au Johari na chuma;
Na mtu anapotubu,
Dhambi yake akakoma,
Nishani yake thawabu,
Na heshima ya daima.

知 悔

痛改前非,石可成金;
难能可贵,悔过自新;
浪子回头,天道酬勤。

30. MAAGANO

Wote waelewa, jamii walimwengu,
Katika dunia, maagano machungu,
Na lililosalia, ni kuomba Mungu.

Kukupa furaha, salama na amani,
Afya na buraha, baraka na imani,
Na wingiwa siha, na imara mwilini.

Usikuna mchana, usiwe na dhiki,
Ya neno la kunena, wala ya riziki,
Na kupendeza sana, kwa kila rafiki.

Na moyo hautaki, japo twaagana,
Walakini sadiki, ndiyo kiungwana,
Ya kuwa marafiki, mwisho hutengana.

Kuzidisha kunena, sasa si lazima,
Shida kukutana, milima kwa milima,
Tutaonana tena, tukiwa wazima.

惜 别

人行于世，皆应知晓；
红尘万物，别离最扰；
诸事弗如，唯向神祷。

乐兮吾友，平和逍遥；
逸兮吾友，福佑安饶；
泰兮吾友，身健志高；

朝升暮息，勿生愁恼；
丰衣足食，心慧舌妙；
胜友如云，肝胆相照；

今夕别离，黯然魂销；
不尚虚华，君子之交；
情深义重，不争朝朝。

毋庸赘言，别时已到；
前路漫漫，见君遥遥；
唯愿再遇，无恙安好。

31. KILEO BORA

Penda kulewa kileo cha fikira,
Kitu maridhawa hakina madhara,
Kifanyacho kuwa mtu na busara,
Silewe dunia isiyo tijara.

Lewana elimu ni kileo bora,
Na kitu kitamu kunywa kila mara.
Mtu si haramu kukuza fikira,
Huzidi fahamu akawa imara.

良 醇

乐学善思，时习有方；
知识良醇，韵味绵长；
醍醐灌顶，豁然开朗；
志存高远，不陷迷惘。

学海无涯，纵情徜徉；
每日小酌，如饮琼浆；
研精毕智，奋发图强；
矢志不渝，迎难而上。

32. UTENZI WA HATI

1

Leo nataka binti,
Ukae juu ya kiti,
Ili uandike hati,
Ndogo ya wasia.

2

Mimi kwako baba,
Hati hii ya huba,
Andika iwe akiba,
Asaa itakufaa.

3

Bado ungali kijana,
Na dunia ngumu sana,
Kukufunza kuona,
Ni jambo la welekea.

4

Kwa faidayo mtoto,

教诲诗

1

唤来吾囡
坐父身畔
备纸磨砚
写下遗愿

2

吾为汝父,
言自肺腑,
谨记叮嘱,
方有匡助。

3

汝尚年少,
世事难料,
教诲劝告,
妙言要道。

4

汝将获益,

Kwanza andika vito,

Vya kima na uzito,

Ufananishe tabia.

5

Ulimwenguna adha,

Njiaze kadha wa kadha,

Itunze kama fedha,

Hati utabarikiwa.

6

Dunia ina aibu,

Hati hii dhahabu,

Tunza kama sahibu,

Itakupa manufaa.

7

Usifanye tashtiti,

Na watu kuwasaliti,

Hati hii yakuti,

Nakupa kama hidaya.

8

Kama utaikariri,

Hati na kuifikiri,

书写铭记,
高贵品格,
珍宝堪比。

5

尘世纷乱,
荆棘甚繁,
珍视遗愿,
福佑长安。

6

人间百态,
自尊自爱,
遵嘱数载,
福至运来。

7

言语得体,
诚信仁义,
箴言如玉,
馈赠于你。

8

复述字句,
沉着思虑,

Utaonani johari,
Ndipo nakutunukia.

9

Hati iwe zamaridi,
Katika yako fuadi,
Ambaana ufisadi,
Utiao utu doa.

10

Hati hiini lulu,
Iweke utafaulu,
Wema hawatahulu,
Baraka kukuombea.

11

Kuombewa njema dua
Mtu hujaliwa
Siri kuzitambua
Na heri kumfikia

12

Aombewa laana
Dua zikizidi sana
Wokovu huwa hana

劝诫好似,
珍宝赠与。

9

眷眷之情,
警钟长鸣,
远离恶行,
玉洁冰清。

10

金言警句,
在侧珠玉,
凡人善举,
祝福永续。

11

君子坦荡,
吉人天相,
正直高尚,
福寿安康。

12

小人恶毒,
歹念难渡,
人人咒之,

Ila kuangamia

13

Mungu hutia kabuli,
Katika zetu kauli,
Maamuzi ya kweli,
Ndiye anayetoa.

14

Na sauti nyembamba,
Hupaa kama kwamba,
Mbawa zimepambwa,
Kwamba tusikojua.

15

Hasa imethibitika,
Kabisa bila shaka,
Neno likitamkwa,
Katika hewa hupaa.

16

Hupaa hata ng'ambo,
Aliko Mwelewa mambo,
Wala hapana jambo,
Yeye asilosikia.

万劫不复。

13

虔诚祷告，
赐福安好，
神明在上，
明察秋毫。

14

祷语之声，
袅袅升腾，
如有双翼，
高飞远程。

15

虔诚笃信，
敬畏在心，
空中回荡，
祈福之吟。

16

飘散传播，
神明之所，
惩恶扬善，
公允对错。

17

Hati haya isemayo,
Fananishana radio,
Sauti yendavyo mbio,
Toka mbali kukujia.

18

Hati hii Muktasi,
Tunzakama almasi,
Jihadhari na matusi,
Kinywa ovyo kutoa.

19

Tena uwe azizi,
Kila unapobarizi,
Hati hii feruzi,
Kama utaangalia.

20

Dunia ni mvurugo,
Japo hati ni ndogo,
Ukiitunza mitego,
Mibaya utaambaa.

17

劝诫之言,
如雷似电,
响彻云天,
直至心田。

18

言虽寥寥,
惜之如宝,
谈吐文明,
高贵情操。

19

品行端正,
晶石永恒,
谆谆教诲,
如沐春风。

20

人间百态,
自重勿怠,
泾渭分明,
无扰免灾。

21

Hati usione nzito,

Nakupa huba mtoto,

Itakuletea pato,

Mwangaza wa dunia.

22

Mtoto ishiketo,

Cheche huzaa moto,

Mto huanza kijito,

Tone bahari na ziwa.

23

Weka na kuihifadhi,

Kwako iwe kama radhi,

Mambo ya hii ardhi,

Watu wengi husumbua.

24

Hati hii ni mali,

Kwa mtu wa akili,

Ifanye kama kipuli,

Siku ya kujikwatua.

21

语重心长,
慈爱无疆,
教诲如光,
前程照亮。

22

谨记此言,
星火燎原,
汇聚湖海,
小流蜿蜒。

23

汝父遗愿,
铭记心间,
世道纷繁,
人生多艰。

24

良言金句,
中规中矩,
秀外慧中,
如佩珠玉。

25

Fanya kama kipini,
Bora hakina kifani,
Itaongeza uoni,
Hati ukishikilia.

26

Nakupa iwe hereni,
Pambo la masikioni,
Hati iweke moyoni,
Siku moja itafaa.

27

Shikamana na ibada,
Kutimiza kila muda,
Kesho ina faida,
Ikisha hii dunia.

28

Dinimali ya roho,
Mwilini kama joho,
Unapoteza uroho,
Na anasa za dunia.

25

视若配饰,
精美雅致,
品味箴言,
远见卓识。

26

吾之劝勉,
常伴耳畔,
终得裨益,
不厌其烦。

27

诚心向善,
行胜于言,
来日方长,
福泽溢满。

28

精神富足,
如披华服,
远离贪念,
生活朴素。

29

Hati hii ni nuru,
Shika nakuamru
Mungu atakunusuru
Akuepushe na baa.

30

Jifunze na elimu,
Uwena taalam,
Halali na haramu,
Uweze kupambanua.

31

Elimu kitu kizuri,
Kuwa nayo ni fahari,
Sababu humshauri,
Mtu la kutumia.

32

Hati nakupa kafara,
Weka ni kitu bora,
Utaokoka madhara,
Na mengi ya udhia.

29

教诲如光,
前程照亮,
神明护佑,
幸福安康。

30

求知若渴,
顿悟通澈,
明辨是非,
从善嫉恶。

31

渊博学识,
荣耀之事,
妥善解决,
棘手问题。

32

谨遵教诲,
难能可贵,
处乱不惊,
坦然应对。

33

Upishi mwema kujua,
Na mume kumridhia,
Neno analokwambia,
Kwako itakuwa taa.

34

Na mume msishindane,
Wala msinuniane,
Jitahidi mpatane,
Ndiyo maisha ya ndoa.

35

Fanya kila hali,
La mume kulikubali,
Ila lisilo halali,
Kukataa si hatia.

36

Nyumba yako inadhifu,
Kwa kufagia uchafu,
Kila mdudu dhaifu,
Asipate pa kukaa.

33

夫言如灯，
为妻顺从，
烹饪佳肴，
精通女红。

34

不与夫争，
顺从为正，
婚姻之道，
共历雨风。

35

夫君言之，
妻子从之，
违法之事，
断然拒之。

36

屋舍净之，
尘埃去之，
尺蠖之物，
无处容之。

37

Ziko nyingine amali,
Kujifunza ni halali,
Taabu zikikabili,
Uwe umejiandaa.

38

Zikikukuta tayari,
Taabu hazihasiri,
Wala huwezi kukiri,
Kukushawishi vibaya.

39

Taabu zikikukuta,
Waweza nazo kuteta,
Njia ya kupita,
Lazima zitakwachia.

40

Lakini zikikuona,
Huwezi nazo pigana,
Zitakusumbuasana,
Hati inafunua.

37

其余事由，
勤学为优，
防患未然，
灾祸不留。

38

遭遇不测，
淡定自若，
不屈不挠，
面对挫折。

39

困苦来犯，
坚忍迎难，
突破窘境，
前路毕现。

40

苦难若至，
滋扰难避，
钻研此言，
自有良计。

41

Tia katika moyo,
Nia ya maendeleo,
Hati hiini cheo,
Kushinda ovu andaa.

42

Maovu yanavizia,
Na mtu kujiandaa,
Kuweza kuyazuia,
Tuzo bora hupewa.

43

Hati nakupani ngao,
Ndiyo usiseme siyo,
Siyo ukasema ndiyo,
Kubatilisha vibaya.

44

Kutumikani sharti,
Wajibu kila binti,
Usingoje bahati,
Yote kukutendea.

41

心中有备，
以胜为擂，
授汝以渔，
坦然无畏。

42

祸福难测，
若备良策，
纷扰可避，
受恩福泽。

43

金玉之言，
护你周全，
是非慎明，
一世平安。

44

岁月蹉跎，
辛勤工作，
时不我待，
不劳无获。

45

Watu wengi huchelewa,
Kwa kungoja kutendewa,
Bahati wakaumbua,
Zingatia sana haya.

46

Wakati tanabahi,
Mtu sharti kukuwahi,
Lakini kuusihi,
Kungoja ni kupotea.

47

Wakati huteleza,
Una nuruna giza,
Wapo wanaopoteza,
Kwa kungojeagojea.

48

Hati unayopewa,
Kama utafanya nia,
Daima kushikilia,
Huzami utaelea.

45

众人心态,
消极等待,
把握机遇,
切莫惰怠。

46

心中铭记,
争在朝夕,
光阴流逝,
苦等无益。

47

星移斗转,
昼夜变换,
人生短暂,
迷惘遗憾。

48

赋子忠言,
隶于心间,
坚持不懈,
不沉之船。

49

Majivuno hayafai,
Yanaleta uadui,
Japo mtu humjui,
Kumdunisha hatia.

50

Usishiriki uongo,
Ijara upate hongo,
Mtu mwongo msungo,
Masuto mengi hupewa.

51

Masuto si mazuri,
Yanapunguza kadiri,
Jitahidi kujibari,
Mbalina madoa.

52

Jambo usiloliona,
Haifai kunong'ona,
Hiyo ndiyo fitina,
Mngwana ya kujitoa.

49

凌人盛气，
遭来敌意，
萍水相逢，
切勿鄙夷。

50

损人利己，
君子不齿，
勿莫欺骗，
世人唾弃。

51

恶名毁誉，
祸来福去，
远离邪念，
施行善举。

52

事未亲见，
不可妄言，
蜚语生事，
君子不染。

53

Ulimi kulainisha,
Neno likafurahisha,
Ni furaha ya maisha,
Kila wakati tumia.

54

Ulimi wa pilipili,
Hutenga watu wawili,
Kuishi mbalimbali,
Hii harasa sikia.

55

Ulimi ulio tamu,
Hupendeza wanadamu,
Cheko na tabasamu,
Unalosema hupewa.

56

Hupendeza wasikizi,
Wakati wa maongezi,
Hili jambo azizi,
Wajibu kuliania.

53

恬言柔舌，
愉悦听者，
安乐生活，
垂手可得。

54

唇枪舌剑，
亲朋离间，
劳燕分飞，
悔之已晚。

55

甜美言辞，
表达心意，
和颜悦色，
达成所期。

56

谈吐得体，
话语投机，
嘉言若宝，
成事之计。

57

Ulimi mzuri mali,
Huvuta walio mbali,
Kusikiliza kauli,
Namna unavyotoa.

58

Tena nakupa fununu,
Sikikiza sana nunu,
Kila lililo tunu,
Kulipata fanya nia.

59

Usoni kuwa na haya,
Juu ya jemana baya,
Na akili ya kutua,
Pambo katika dunia.

60

Mawili haya ghali,
Kukosa usikubali,
Joharize mtu mbili,
Ni akilina haya.

57

良言如财,
有朋远来,
洗耳恭听,
众人纳采。

58

再劝吾女,
从父一句,
志存高远,
发奋进取。

59

红尘人事,
心明如玺,
贤淑聪慧,
世间丽质。

60

为人处事,
智慧廉耻,
两件珍宝,
切莫遗弃。

61

Hizi tunu thabiti,
Ashikaye madhubuti,
Hakosi kupata kiti,
Cha heshima kukalia.

62

Hati yasema kwamba,
Mwanmke zampamba,
Nje na katika nyumba,
Akiwa azitumia.

63

Ujitenge na kutu,
Inayoharibu utu,
Mwanamke hawi kitu,
Aibu akiingia.

64

Mke nguo nyeupe,
Doa katika utepe,
Jihadhari usiipe,
Haihimili madoa.

61

此乃馈赠，
持之以恒，
获得尊敬，
地位提升。

62

倾听吾言，
自律内敛，
亲朋路人，
礼在心间。

63

肮脏远离，
身心侵蚀，
羞辱在身，
遭受鄙夷。

64

净白之衣，
勿沾污渍，
自尊自爱，
冰清女子。

65

Kupenda watukufu,
Kwa kumiliki sarafu,
Na fukara kukashifu,
Hati yasema vibaya.

66

Penda wenye cheo,
Na wanyonge uwe nao,
Hayo ndiyo mapokeo,
Mema mtu kutumia.

67

Kila mtu msharifu,
Duniani badilifu,
Shida sana kuarifu,
Mtu atayekufaa.

68

Mwema hujiharibu,
Ikampasa adhabu,
Na mbaya akitubu,
Dhambi zake hufutiwa.

65

骄奢淫逸,
世人皆弃,
嫌贫爱富,
不善之至。

66

高低身份,
一视同仁,
传统美德,
平等待人。

67

世道艰险,
瞬息万变,
适者生存,
笃行明辨。

68

善恶有报,
苍天大道,
罪行累累,
恶果难逃。

69

Kitu bure heshima,
Mpe baba na mama,
Kila mtu mzima,
Na walio nawe sawa.

70

Ukosefu wa adabu,
Ni jambo la aibu,
Wajibu kujitanibu,
Mbali nalo kukaa.

71

Mpungufu wa adabu,
Duniani ana taabu,
Hakaribishwi karibu,
Marafiki humwambaa.

72

Iweke moyoni hati,
Ubora wake thabiti,
Hapana tofauti,
Heri itakujia.

69

尊爱无价,
孝悌于家,
敬重长者,
礼待其他。

70

言行粗鲁,
莫大耻辱,
难担重任,
自重慎独。

71

礼貌缺失,
艰难于世,
无人欢迎,
金兰远离。

72

教诲于心,
坚定如金,
谨遵父命,
福运降临。

73

Tumbo la rutuba,
Umepewa kama huba,
Uzae mama na baba,
Kustawisha dunia.

74

Tumbo hili dhahabu,
Huzaa wenye thawabu,
Na wengine wa ajabu,
Hupata kuzaliwa.

75

Kwa hivi una uzazi,
Kuuguza na ulezi,
Hupata maangalizi,
Bora hati yakwambia.

76

Tena kujitegemea,
Ni ngao ya ukiwa,
Siku ya kubakia,
Peke yako hufaa.

73

为妇之幸,
兴旺人丁,
生儿育女,
母爱温情。

74

慈母仁心,
神圣如金,
良莠子女,
平等相亲。

75

生养后代,
责无旁贷,
老有所依,
晚年自在。

76

自强自尊,
孤独之盾,
岁月悠长,
不致困顿。

77

Peke yako ukiwa,
Wajibu kukaza nia,
Tendo likisharikiwa,
Sifa yake hupungua.

78

Sifa ya peke kubwa,
Vigumu sana kuzibwa,
Hata kama ikikabwa,
Ushahidi itatoa.

79

Sifa ya wengi shirika,
Lazima kugawanyika,
Ya peke joho huvika,
Mmoja mteuliwa.

80

Katika maisha yetu,
Ana chango kila mtu,
Japo kidogo si kitu,
Toa unachojaliwa.

77

独行于世,
坚定意志,
莫入歧途,
复礼克己。

78

重任独担,
美誉流传,
一时埋没,
点滴展现。

79

众人之力,
分享伟绩,
一人功高,
收获敬意。

80

社会建设,
人皆有责,
绵薄之力,
切莫吝啬。

81

Chango mbaya uvundo,
Wajibu kutenga kando,
Bora huacha uhondo,
Daima kukumbukiwa.

82

Tendo bora hudumu,
Kufutikani vigumu,
Baya kwa wanadamu,
Halina pa kukaa.

83

Umekuta dunia,
Vema imeandaliwa,
Karimu kukupokea,
Shukurani zako toa.

84

Umekuta wasafiri,
Walioipa kwa heri,
Wameiweka vizuri,
Nawe zidisha stawa.

81

恶行浊气,
宜当远离,
英名流芳,
拒绝奢靡。

82

美德弘扬,
熠熠发光,
恶行遭唾,
无处掩藏。

83

世间宽好,
恩赐如照,
善待之恩,
涌泉以报。

84

人生匆匆,
旅途之终,
挥手辞世,
汝自珍重。

85

Kukinai jifundishe,
Kidogo kikutoshe,
Kikubwa sijizoeshe,
Kukujia kwa hatia.

86

Pato lako la halali,
Japo kitu dhalili,
Bora kuliko mali,
Fedheha inayotia.

87

Hati fanya kikuba,
Moyo wako utashiba,
Dunia ina ghiliba,
Kama hukuangalia.

88

Hati hii ni kufuli,
Kinga yako ya mwili,
Shauku kitu batili,
Kwa uzuri kuchafua.

85

知足常乐，
良识美德，
贪得无厌，
招致罪恶。

86

合法之物，
即便朴素，
胜过珍宝，
夺之耻辱。

87

教诲心间，
花环装点，
世有欺骗，
慎重避险。

88

劝诫如锁，
获益良多，
防范欲望，
酿成大错。

89

Uzuri wako wa sura,
Kufanya uwe imara,
Sharti uwe na busara,
Ya kuambaa hadaa.

90

Na ubaya wa sura,
Unaweza kuwa bora,
Kama unayo fikira,
Ya matendo ya murua.

91

Zamu moja twaishi,
Ikisha haturudishwi,
Maisha ya fawaishi,
Acha kuandamia.

92

Ewe binti tajiri,
Siku zote jihadhari,
Kutengana na kiburi,
Mali huota mbawa.

89

花容月貌,
自信傲骄,
才思敏捷,
明察秋毫。

90

相貌平平,
冰雪聪明,
落落大方,
可爱可敬。

91

岁月苍白,
不复再来,
切勿虚度,
春秋数载。

92

吾女记牢,
富裕勿傲,
财富插翅,
飞走不保。

93

Na binti maskini,
Usiache abadani,
Kujizidisha thamani,
Kwa kuwa mwaminiwa.

94

Binti wa mkubwa,
Watu usiite mbwa,
Fahari inapozibwa,
Nawe utasimbuliwa.

95

Na bintiwa mdogo,
Waweza kupata togo,
Kwa kufuata mwigo,
Wa matendo ya murua.

96

Hati nawapa wote,
Tunzeni kama pete,
Mazao mema mpate,
Mfurahie dunia.

93

吾女谨记,
贫困勿急,
累积财富,
诚信务实。

94

富家千金,
争献殷勤,
荣耀不再,
不谐之音。

95

贫民女子,
善待邻里,
美誉闻名,
知书达理。

96

叮咛教诲,
钻戒珍贵,
锦衣足食,
幸福相随。

97

Dunia jengo lake,
La mume na mwanamke,
Kazi hii mshike,
Hata kufanikiwa.

98

Ijengeni kwa tofali,
Wote watu wawili,
Hata iwe kamili,
Iwaridhishe kukaa.

99

Kazi hii itendeke,
Pasiwe na pekepeke,
Wajao nyuma wacheke,
Kuona imetimia.

100

Wakatabahu beti,
Mtenzi wa hii hati,
Ni Shaaban Robert,
Jina mwaarifiwa.

97

世界如厦,
男女之家,
协力共建,
美满通达。

98

一砖一瓦,
共同来搭,
建成房屋,
呵护有加。

99

团结共筑,
切勿独处,
甘居落后,
不与为伍。

100

字里行间,
教诲良言,
作者姓名,
乃为夏班。

33. UBORA WETU

Kuwa mbali na umaskini ni hali iliyo njema mno.
Na afya kama haba mwilini ni taabu haina mfano.
Hushinda fedha ya mfukoni isiyoweza kutenda neno,
Na laiti si machukiano tungalikuwa wote peponi!
Amani yetu haba moyoni kwa uadui na magombano,
Kama hatuna matumaini na ukunjufu na tangamano.
Tunao ikufi wa imani katika pori la makindano.
Fahari yetu duni thamani kwa kukosa masikilizano,
Ubora wetu ni mapatano, na leo huwaje nuksani!

品 质

摆脱贫困可期惬意境遇,
失去健康沦落难言苦旅;
腰缠万贯却又有何意义,
亲密无间将会共享欢愉!

倘若没有希望、团结、活力,
就将在异端荒野中迷失;
倘若没有和谐、包容、敬意,
就将在不祥阴云下疏离。

互敬互爱本是珍贵品质,
奈何如今彼此心生嫌隙!

34. MTU NA MALAIKA

Nilipopata mashaka, mtu alinitokea,
Maneno akatamka, kama hivi kunambia:

"Neno lenye mzunguko, halipatikani mwisho,
Wa huku haifiki huko, wala halina malisho.
Halishibishi huchosha, njiaye ina uchovu,
Na ta'bu isiyokwisha, wala hupati utuvu.
Heri ya mtu ni kwenda, nia iliyonyooka,
Na milima akapanda, apendako akafika.
Mabondeni akashuka, mwituni akatumbua,
Na mitoni akavuka, hata alikonuia.
Na mzunguko wa dira, mwisho wake ni dirani,
Hupati kupanda bara, na hushuki baharini.
Tazama mahaka gani, njia ya dira si njia!
Haukutoi dirani, huelewina dunia.
Huwi chini ya ardhi, huruki katika hewa,
Na moyo hauwi radhi, kabisa utachukiwa.
Njia yenye kunyooka, twende pamoja na miye,

凡人与天使

漫漫前路,不禁嗟叹;
缓缓而来,吟诵耳边:

"冗词赘句,循环往复;
何去何从,空谈踟躇;
旅途劳顿,食不果腹;
苦海无边,不得安驻。

坚定信心,即刻远征;
翻山越岭,风雨兼程;
悬崖峭壁,河谷密林;
所向披靡,梦想达成。

罗盘旋转,周而复始;
跋山涉水,皆不可至;
路在何处,身处迷途;
只缘环行,不解世事。

上天入地,欠缺本领;
遭人厌恶,愤懑不平;
康庄大道,你我同行;

Nimechoka kuzunguka, iko wapi faidaye?
Nitagawana na wewe, baraka nitayopata,
Hasara nipe mwenyewe, kwenda nami hutajuta.
Lo! Mzunguko kukupa, kufika ukutakako,
Hata kiapo naapa, ajabu hiyo haiko. "

Kwisha kwa kusema hivi, hayupo aliyesema,
Na kichwani nina mvi, pale niliposimama.
Nilitokwa na huzuni, kuwa ta'bu zimekoma,
Nikashukuru moyoni, na maneno nikasema:
"Ulikuwa malaika, lakini sikukujua,
Na sasa nitayashika, yote uliyonambia. "

有何益处,疲于奔命?

富贵吉祥,与君同享;
困苦灾祸,不必忧伤;
盲目而行,侥幸成功;
此乃奇迹,不存世上。"

良音犹在,伊人无踪;
醍醐灌顶,沉思不动;
悲愁散去,磨难结束;
满怀感激,肺腑由衷:

"天使降临,拙眼未识;
身体力行,劝勉谨记。"

35. MWANGI

Kuna walevi wa bangi, na walevi wa ubongo,
Wengine hulewa rangi, za ngozi na za maungo,
Waelekevu ni wangi, na wengine ni wasungo,
Dunia hela ya mwangi wa kweli na wa uwongo.
Mambo ya dunia mengi, ya saw ana ya usongo,
Yana tafauti rangi, na tafauti viungo,
Mengine ni hudhurungi, na meupe na mpingo,
Na mauti hayafungi kinywa chake mviringo.

万千世界

有的人嗜毒成瘾,有的人不恭不敬,
有的人傲慢无礼,有的人不凡自命。
有的人谦谦君子,还有人偏帮偏信。
看世界繁花似锦,真与假暧昧难明,
叹世间众生百态,对与错混沌不清。
且看它五彩缤纷,更遑论万状千形,
哪怕有黑白棕色,终成骨一切归零。

36. CHEKA KWA FURAHA

EWE uliye na maya, shauri langu lishike,
Ina matata dunia, kwa kudumu ndani yake,
Mpaka umeondoa, huzuni yako ucheke.

Cheka cheko ni furaha, uache kusikitika;
Cheka upone jeraha, yaepuke na mashaka,
Na mwili kupata siha, ukianguka inuka.

Inuka juu inuka, chini usigaegae,
Inuka na kisha cheka, kucheza uendelee;
Endelea na kucheka, na shangwe kuu nanyowe.

Cheko iwe maridhawa, kunjua uso ucheke,
Mungu Muumba dunia, furaha mchezo wake;
Huzuni itakimbia, kicheko ni dawa yake.

Tena fanya kila siku, kicheko kifululize,
Na mchana na usiku, furaha iendeleze,
Acha msiba kushuku, kukujia jikataze.

Cheka na watu kukicha, na usiku ukariri,
Ucheke jua likichwa, na kisha uwe tayari,

笑面人生

朋友，暂时放下你的愤怒，姑且听听我的建言，
人生在世，多有艰难。
排忧解烦，笑对恼患。
微笑吧，微笑吧，放下你的哀叹；

朋友，微笑抚平你的伤口，微笑赶走你的烦恼，
给你力量，不再跌倒。
昂首挺胸，不要避逃。
微笑吧，微笑吧，绽放你的骄傲；

朋友，微笑延续你的幸福，微笑欢庆你的成功，
心满意足，愁眉消融。
快乐之源，神赐光荣。
微笑吧，微笑吧，治愈你的悲痛；

朋友，微笑成为你的习惯，微笑驱散你的阴霾，
不分昼夜，笑口常开。
灾难自避，烦恼不来。
微笑吧，微笑吧，激励你的同侪；

朋友，微笑宛如你的朝阳，微笑整理你的行装，

Huzuni yako kuacha, kwa sababu huhasiri.

Cheka sasa kwa furaha; dhiki ingawa usoni,
Dhiki ni kama mzaha, asiyecheka ni nani?
Haya cheka ha! ha! ha! ndiyo ada duniani.

Cheka mwanadamu cheka, mtu kaumbwa acheke,
Msiba kwake dhihaka, kicheko mtu mwenzake,
Ni mwenzake wa kuweka, huzuni adui yake.

Msiba unazeesha, mtu bado ni mchanga,
Ndiyo sumu ya maisha, inafaa kujitenga,
Mwilini inaozesha, uzikwe chini ya changa.

Cheka uzuie kwisha, maishayo mbio mbio,
Furaha ndiyo tamasha, kiumbe aliyo nayo,
Hata nyota zakumbusha, kuwa nayo hali hiyo.

Mawingu yanapotenga, nyota mbinguni hucheka,
Chini likashuka anga, la furaha kupeleka,
Kwa wakubwa na wachanga, wapate kufurahika.

Cheka kicheko ni dawa, hutia nguvu mwilini,
Moyo ukapata kuwa, ndani na matumaini,
Ndilo jambo maridhawa, kwa kiumbe duniani.

Basi cheka kwa! kwa! kwa usafike moyo wako
Pamoja na malaika, wema mbinguni waliko;
Cheka usiwe na shaka, itakuja zamu yako.

烦恼无益，平添愁肠。
纵情欢笑，可保无恙。
微笑吧，微笑吧，嘲弄你的悲伤？

朋友，请纵声欢笑吧！那是世间的宝藏！
朋友，微笑吧，这是人类与生俱来的期盼，
不屑苦难，微笑陪伴，
面对悲叹，坚持奋战，
蹉跎岁月，虚度华年，
悲伤如鸩，应弃彼岸，
切莫让它衰老了躯体，埋葬于沙滩。

朋友，微笑吧，这是生活蒸蒸日上的标志，
快乐如宴，众生飨之，
漫天星辰，降下启示，
划破云翳，闪耀天际，
天降福祉，欢乐传递，
理应让它欢愉了老少，获得于福地。

朋友，微笑吧，这是躯体青春常驻的良方，
给人信心，蕴藏希望，
生活圆满，众人向往，
欢歌笑语，洗涤心房，
神使作伴，如在天堂，
终将让它分隔了犹疑，来临于前方。

图书在版编目(CIP)数据

夏班·罗伯特诗歌选集/(坦桑)夏班·罗伯特著;
骆元嫒,吴震环译.--上海:华东师范大学出版社,2020
ISBN 978-7-5760-0612-4

Ⅰ.①夏… Ⅱ.①夏… ②骆… ③吴… Ⅲ.①诗集—坦桑尼亚—现代
Ⅳ.①I415.25

中国版本图书馆 CIP 数据核字(2020)第 110381 号

华东师范大学出版社六点分社
企划人 倪为国

本书著作权、版式和装帧设计受世界版权公约和中华人民共和国著作权法保护

夏班·罗伯特诗歌选集

著　　者　[坦桑尼亚]夏班·罗伯特
译　　者　骆元嫒　吴震环
责任编辑　倪为国　古　冈
责任校对　王寅军
封面设计　卢晓红

出版发行　华东师范大学出版社
社　　址　上海市中山北路 3663 号　邮编　200062
网　　址　www.ecnupress.com.cn
电　　话　021-60821666　行政传真　021-62572105
客服电话　021-62865537　门市(邮购)电话　021-62869887
地　　址　上海市中山北路 3663 号华东师范大学校内先锋路口
网　　店　http://hdsdcbs.tmall.com

印 刷 者　上海盛隆印务有限公司
开　　本　890×1240　1/32
插　　页　8
印　　张　4.5
版　　次　2020 年 11 月第 1 版
印　　次　2020 年 11 月第 1 次
书　　号　ISBN 978-7-5760-0612-4
定　　价　68.00 元

出 版 人　王　焰

(如发现本版图书有印订质量问题,请寄回本社客服中心调换或电话 021-62865537 联系)